దోషి

మరోసారి, చాలా ధైర్యంగా ఉన్న రాజు విక్రమ్ చేతిలో కత్తితో చెట్టు వద్దకు వెళ్లాడు. చెట్టుకు వేలాడుతున్న శవాన్ని కిందకు తీసుకొచ్చి శవాన్ని భుజాలపై వేసుకుని స్మశాన వాటికకు నడవడం మొదలుపెట్టాడు. విక్రమ్ మౌనంగా నడుస్తుంటే, బేతాల్ “విక్రమ్, ఇప్పుడు నేను మీకు ఒక కథ చెబుతాను మరియు చివరలో నా ప్రశ్నకు సమాధానం ఇవ్వాలి. మీరు సమాధానం ఇవ్వకపోతే, నేను మీ తలని వెయ్యి ముక్కలుగా చేస్తాను.” మరియు బేతాల్ కథను వివరించడం ప్రారంభించాడు:

ఒక నగరంలో కృష్ణదత్తుడు అనే బ్రాహ్మణుడు ఉండేవాడు. అతనికి హరిదత్త అనే అందమైన కొడుకు ఉన్నాడు. హరిదత్త తన తండ్రిలాగే పండితుడు. అతనికి వివాహ వయస్సు వచ్చినప్పుడు, అతని తండ్రి అతనికి సరిపోయే అమ్మాయి కోసం వెతకడం ప్రారంభించాడు.

దురదృష్టవశాత్తు, కృష్ణదత్త తన కుమారుని వివాహం చేయకముందే మరణించాడు. తన తండ్రి మరణం తరువాత, హరిదత్త తన కుటుంబ బాధ్యతలన్నింటినీ భుజానకెత్తుకున్నాడు మరియు యోగ్యమైన కొడుకు అని నిరూపించుకున్నాడు.

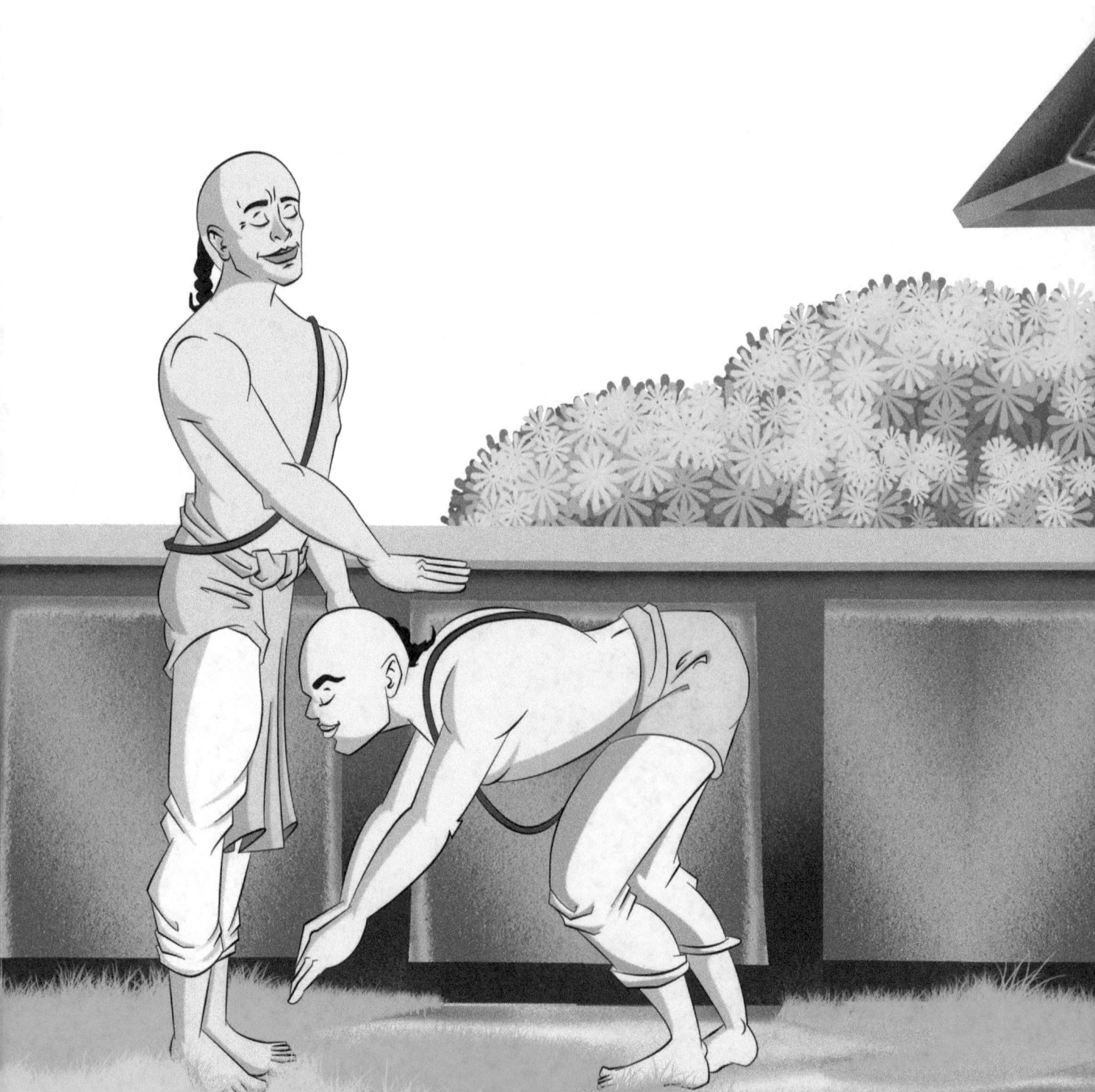

ఒకసారి, హరిదత్త సమీపంలోని పట్టణంలో కొంత వివాహానికి వెళ్లినప్పుడు, అతను ఒక అమ్మాయిని కలుసుకున్నాడు మరియు ఆమెతో ప్రేమలో పడ్డాడు. లీలావతి అనే అమ్మాయి కూడా అతన్ని ఇష్టపడింది. త్వరలో, ఆమె తల్లిదండ్రుల అనుమతి మరియు ఆశీర్వాదంతో, వారిద్దరూ వివాహం చేసుకున్నారు మరియు వారు సంతోషంగా వైవాహిక జీవితాన్ని గడిపారు.

ఒకరోజు హరిదత్త తన భార్యతో కలిసి సరస్సులో స్నానం చేస్తున్నాడు. అకస్మాత్తుగా, అతని భార్య సరస్సు యొక్క లోతైన నీటిలో జారిపడి మునిగిపోయింది. హరిదత్త ఆమెను రక్షించలేకపోయాడు మరియు ఆమె మరణంతో చాలా షాక్ అయ్యాడు. అతను ప్రజలతో మాట్లాడటం మానేశాడు. మరియు పొడవాటి జుట్టు మరియు షేవ్ చేయని గడ్డంతో చిరిగిన మరియు మురికి బట్టలు ధరించి బిచ్చగాడిలా జీవించడం ప్రారంభించాడు. అతను తరచుగా రోడ్లు మరియు వీధుల్లో తిరుగుతూ, తన భార్య లీలావతి పేరును పిలుస్తూ కనిపించాడు.

ఒకరోజు, అతను ఒంటరిగా రోడ్డుపై తిరుగుతుండగా, అతని తండ్రి స్నేహితులలో ఒకరు, వాసుదేవ్ అతన్ని గుర్తించి ఇంటికి తీసుకువచ్చాడు. బాలుడి దీనస్థితిని చూసి జాలిపడ్డాడు. ఒకరోజు, అతను తన భార్యను 'ఖీర్' వండమని అడిగాడు. వాసుదేవ్ భార్య 'ఖీర్' వండి హరిదత్తకి వడ్డించింది. అతను ఇంట్లో 'ఖీర్' తినలేదు కానీ సమీపంలోని తోటకి తీసుకెళ్లాడు.

అక్కడ చెట్టుకింద కూర్చుని, గడ్డిమీద ఖీర్ గిన్నెని ఉంచుకుని, భార్యను స్మరించుకుంటూ ఏడవడం మొదలుపెట్టాడు. అతను ఏడుస్తూనే ఉన్నాడు మరియు వెంటనే నిద్రలోకి జారుకున్నాడు. చెట్టు సమీపంలో, ఒక రంధ్రంలో పెద్ద, విషపూరితమైన పాము నివసించింది. దాని రంధ్రం నుండి బయటకు వచ్చింది. ఖీర్-గిన్నె దగ్గరికి పాకుతూ, అది గిన్నెలో తన విషాన్ని ఉమ్మి, వెంటనే దాని రంధ్రంలోకి అదృశ్యమైంది.

కొంతసేపటికి హరిదత్తకు మెలకువ వచ్చింది. ఆకలిగా అనిపించి ఖీర్ తిన్నాడు. అతను ఖీర్ తినడం ముగించగానే, అతను చెమటలు పట్టడం ప్రారంభించాడు మరియు అతని శరీరం బిగుసుకుపోవడం ప్రారంభించింది, గిడ్డి అనిపించింది, అతను ఖీర్ వాంతి చేసాడు.

ఉద్వేగానికి లోనైన అతను వాసుదేవ్ ఇంటికి పరుగెత్తాడు, "మీరు పోయి-సోన్డ్ ఖీర్ తినేలా చేసి నన్ను చంపడానికి ప్రయత్నించారు." వాసుదేవుడు వాస్తవ పరిస్థితిని అర్థం చేసుకోకముందే, హరిదత్త స్పృహ తప్పి పడిపోయి అతని ఇంటి ప్రవేశద్వారం వద్ద చనిపోయాడు. వాసుదేవుడు దిగ్భ్రాంతి చెంది, అయోమయంగా నిలబడి ఉన్నాడు. అతను తన భార్యను తిట్టడం ప్రారంభించాడు, "నువ్వు బ్రాహ్మణుడిని హత్య చేసావు. ఖీరులో విషం ఎందుకు కలిపావు?" తప్పుడు ఆరోపణలతో వాసుదేవ భార్య బాగా

తీవ్ర మనస్తాపానికి గురై ఆమె దూకి ఆత్మహత్య చేసుకుంది.

"హరిదత్త - పాము, వాసుదేవ లేదా అతని భార్య మరణానికి ఎవరు కారణమని చెప్పాలి?" అని రాజు విక్రమ్ని అడగడం ద్వారా బేతాల్ తన కథను ముగించాడు.

రాజు విక్రమాదిత్యుడు ఒక్క క్షణం ఆలోచించి ఇలా జవాబిచ్చాడు, "వాళ్లెవరూ నేరానికి పాల్పడలేదని నేను భావిస్తున్నాను. ఖచ్చితంగా పాము కాదు, ఎందుకంటే ఇది విషాన్ని ఉమ్మివేసే సహజ ధోరణిని కలిగి ఉంటుంది. కాబట్టి పాముపై ఏదైనా తీర్పు చెప్పడం మూర్ఖత్వం. నేను వాసుదేవుడు మరియు అతని భార్య హరిదత్తకు సహాయం చేయాలనే మంచి ఉద్దేశ్యంతో ఉన్నారు. అలాంటి పాపపు పనిని వారు ఎన్నటికీ చేయరు. అందువల్ల వారిద్దరూ నిర్దోషులు. ఈ హత్యలో ఎవరూ దోషులు కాకూడని నేను భావిస్తున్నాను."

విక్రమ్ తెలివైన సమాధానం విని బేతాల్ చాలా సంతోషించింది. కానీ రాజు విక్రమ్ నిశ్శబ్దాన్ని ఛేదించినందున, బేతాల్ చెట్టుకు తిరిగి వచ్చింది.

నలుగురు యువరాజులు

రాజు విక్రమాదిత్యుడు శవాన్ని పీపుల్ చెట్టు మీద నుంచి కిందకు దించి భుజాలపై వేసుకుని మౌనంగా నడవడం ప్రారంభించాడు. బేతాల్ అతనిని చూసి నవ్వుతూ, "విక్రమ్, స్మశాన వాటిక ఇక్కడికి ఇంకా చాలా దూరంలో ఉంది. నీ విసుగు, అలసట పోగొట్టుకోవడానికి నువ్వు నా కథను ఎందుకు వినవు?"

మరియు బేతాల్ తన కథను వివరించడం ప్రారంభించాడు: అవంతి రాజ్యానికి చెందిన రాజుకు శశిబాల అనే కుమార్తె ఉంది. ఆమె చాలా అందం కలిగినది మరియు తెలివైనది. పొరుగు రాజ్యాలకు చెందిన అనేకమంది యువరాజులు ఆమెను వివాహం చేసుకోవడానికి ఆసక్తి చూపారు.

ఒకరోజు, రాజు తన ఆస్థానంలో కూర్చున్నప్పుడు, చోళ రాజ్య యువరాజు ఆస్థానానికి వచ్చాడు. రాజుగారి అనుమతి తీసుకుని శశిబాల పెళ్లికి సముఖత వ్యక్తం చేశాడు. రాజు ఈ ప్రతిపాదనను విని సంతోషించాడు, అయితే యువరాజులో ఉన్న ప్రత్యేక లక్షణాలను తెలుసుకోవాలనుకున్నాడు, అది అతని కుమార్తెను వివాహం చేసుకోవడానికి అర్హమైనది.

యువరాజు "అయ్యా, నేను ఒక నిపుణుడైన విలుకాడు. నేను కళ్లకు గంతలు కట్టినప్పటికీ, నేను ఎద్దుల కన్ను వేయగలను" అని సమాధానమిచ్చాడు. రాజు చాలా ముగ్ధుడై, "అది చాలా బాగుంది! అయితే నేను యువరాణిని కూడా సంప్రదించనివ్వండి" అన్నాడు. కాబట్టి అతను ఎటువంటి తుది నిర్ణయం తీసుకోకుండా, రాజ అతిథి గృహంలో యువరాజుకు అతిథ్యం ఇవ్వడానికి తగిన ఏర్పాట్లు చేయమని తన మంత్రిలో ఒకరిని ఆదేశించాడు.

మరుసటి రోజు వైశాలి యువరాజు ఆస్థానానికి వచ్చి శశిబాలని పెళ్లి చేసుకోమని ప్రతిపాదించాడు. తన ప్రత్యేక సామర్థ్యాల గురించి మాట్లాడుతూ, "నేను చక్కటి పట్టు వస్త్రాలు నేయగలుగుతున్నాను, నాకు లక్షల బంగారు నాణేలు లభిస్తాయి. వాటిలో కొన్ని నా వ్యక్తిగత ఖర్చుల కోసం ఉంచుకుంటాను, మిగిలిన వాటిని పేదలకు పంపిణీ చేస్తాను."

అలా చెప్పి, రాజుకు చక్కటి పట్టు వస్త్రాన్ని బహుమతిగా ఇచ్చాడు. పట్టు వస్త్రం యొక్క చక్కటి ఆకృతిని మరియు నాణ్యతను చూసి రాజు చాలా సంతోషించాడు. అతను తుది నిర్ణయం తీసుకునే వరకు రెండవ యువరాజును రాజ అతిథి గృహంలో ఉండమని కోరాడు.

మూడవ రోజు, మరొక యువరాజు ఆస్థానానికి వచ్చాడు, అతను తాను గొప్ప పండితుడునని మరియు వేదాలు మరియు ఉపనిషత్తులపై అధికారం కలిగి ఉన్నాడని చెప్పుకున్నాడు. అతను అందమైన యువరాణిని వివాహం. చేసుకోవడానికి అత్యంత అనుకూలమైన యువరాజుగా ప్రకటించుకున్నాడు. రాజు అతనికి అదే రాజ మర్యాదను అందించాడు.

నాల్గవరోజు, మరొక రాజ్యపు యువరాజు ఆస్థానానికి వచ్చాడు. అతను జంతువులు మరియు పక్షుల భాషలను అర్థం చేసుకోవడంలో నిపుణుడని రాజుతో చెప్పాడు మరియు తన కుమార్తె శశిబాలను వివాహం చేసుకోవడానికి రాజు అనుమతిని కోరాడు. రాజు అతన్ని రాయల్ గెస్ట్ హౌస్ లో ఉండమని మరియు అతని తుది నిర్ణయం కోసం వేచి ఉండమని కోరాడు.

ఇప్పుడు రాజుకు చాలా కష్టమైన ఎంపిక ఉంది. అతని కుమార్తెను వివాహం చేసుకోవడానికి నలుగురు యువరాజులు ఆసక్తిగా ఉన్నారు మరియు ప్రతి ఒక్కరూ ఒక విధంగా లేదా మరొకటి సమానంగా ప్రతిభావంతులు. చివరగా, రాజు వారిలో నలుగురిని రాయల్ గార్డెనక్కు పిలిచాడు. అక్కడ యువరాణి శశిబాల కూడా ఉన్నారు, తుది ఎంపిక చేసే నిర్ణయాన్ని ఆమెకే వదిలేశాడు. నలుగురు యువరాజులలో ఒకరిని ఆమె భర్తగా ఎన్నుకోమని ఆమెను కోరాడు.

బేతాల్ తన కథను ఇక్కడితో ముగించి, రాజు విక్రమాదిత్యను ఇలా అడిగాడు, "ఇప్పుడు చెప్పు, విక్రమ్, యువరాణి శశిబాల ఎవరిని తన భర్తగా ఎంచుకున్నారో? నా ప్రశ్నకు సమాధానం ఇవ్వండి, లేకపోతే, నేను మీ తలను ముక్కలు చేస్తాను."

రాజు విక్రమ్, ఒక ఆలోచన తర్వాత, "బేతాల్, ఒక వ్యక్తి యొక్క గుర్తింపు సాధారణంగా అతని వృత్తి ద్వారా స్థాపించబడింది. ఒక యువరాణి యోధ కులానికి చెందిన వ్యక్తిని వివాహం చేసుకోవాలని భావిస్తున్నారు. కాబట్టి, శశిబాల ఖచ్చితంగా విలుకాడు అయిన చోళ యువరాజును వివాహం చేసుకుంటారు. మిగిలిన ముగ్గురు యువరాజులు శూద్రుడు, వైశ్యుడు మరియు బ్రాహ్మణుడు, అందమైన యువరాణిని వివాహం చేసుకోవడానికి తగినవారు కాదు."

రాజు విక్రమ్ తెలివైన సమాధానంతో బేతాల్ సంతోషించాడు. "మీ తీర్పులో మీరు ఖచ్చితంగా సరైనవారు," బేతాల్ అన్నారు. "అయితే మీరు మీ నిశ్శబ్దాన్ని ఛేదించారు కాబట్టి, నేను చెట్టుకు తిరిగి ఎగురుతున్నాను." అలా చెప్పి, బేతాల్ తిరిగి పీపల్ చెట్టు వద్దకు వెళ్లాడు మరియు రాజు అతనిని వెంబడించడానికి ప్రయత్నించలేదు.

నిజమైన తండ్రి

రాజు విక్రమ్, ఎప్పటిలాగే, శవాన్ని తన భుజాలపై మోస్తూ, బేతాల్ మరొక కథను చెప్పడం ప్రారంభించాడు. వారణాసిలో ఒక బ్రాహ్మణుడు నివసించాడు. అతనికి లీలావతి అనే అందమైన కుమార్తె ఉంది. అతను చాలా పేదవాడు మరియు ఆమె పెళ్లికి తగినంత డబ్బు అతని వద్ద లేదు. ఒకరాత్రి, లీలావతి తన గదిలో గాఢ నిద్రలో ఉండగా, ఒక

యువకుడు నిశ్శబ్దంగా ఆమె గదిలోకి ప్రవేశించాడు. అతను దోపిడీదారుడు. హఠాత్తుగా నిద్ర లేచింది లీలావతి. ఆమె గది మూలలో దాక్కున్న అందమైన యువకుడిని చూసింది. చాలా ఉద్విగ్నంగా చూశాడు. లీలావతి అతనిని "ఎవరు నువ్వు? నా గదిలో ఎందుకు దాక్కున్నావు?" ఆ యువకుడు ఇలా జవాబిచ్చాడు," దయచేసి ఎలాంటి హెచ్చరిక చేయవద్దు. నేను ఏమీ దొంగిలించడానికి ఇక్కడకు రాలేదు. రాజు సైనికుల నుండి నన్ను రక్షించుకోవడానికి నేను ఇక్కడ దాక్కున్నాను. నేను ఒక సంపన్న వ్యాపారిని దోచుకోవడానికి ప్రయత్నిస్తున్నాను. రాజు సైనికులు నన్ను గమనించారు. మరియు ఇప్పుడు నన్ను వెంబడిస్తున్నారు. దయచేసి నాకు సహాయం చేయండి."

కొద్దిసేపటికి రాజు సైనికులు యువకుడి కోసం వెతుకుతూ అక్కడికి వచ్చారు. లీలావతి ఆ వ్యక్తిని అల్మెరా వెనుక దాక్కోమని కోరింది. వారు లీలావతిని కూడా కొన్ని ప్రశ్నలు వేసి నిరాశతో వెళ్లిపోయారు.

మరుసటి రోజు ఉదయం లీలావతి ఆ యువకుడిపై తన ప్రేమను వ్యక్తం చేసింది. ఆమె తండ్రి సమ్మతితో, వారు త్వరలోనే పెళ్లి చేసుకున్నారు. ఆ యువకుడు దోచుకున్న సొత్తున్నంత లీలావతి తండ్రికి ఇచ్చి తన ఇంట్లోనే ఉంటున్నాడు.

వారు సంతోషంగా జీవించారు. కొన్ని నెలల తర్వాత లీలావతి గర్భవతి అయింది. ఆమె భర్త ఉద్యోగం వెతుక్కుంటూ వేరే ఊరికి వెళ్లాడు. అయితే చాలా రోజులు గడిచినా తిరిగి రాలేదు. దీంతో లీలావతి ఆందోళన చెంది అతని ఆచూకీపై ఆరా తీశారు. రాజభవనంలో దోపిడీకి ప్రయత్నిస్తుండగా, రాజు సైనికులు అతన్ని అరెస్టు చేసి మరణశిక్ష విధించారని ఆమెకు తెలిసింది.

ఈ సంఘటన తర్వాత లీలావతి తండ్రి తన కుమార్తె భవిష్యత్తు గురించి చాలా ఆందోళన చెందాడు. కొన్ని వారాల తర్వాత లీలావతికి మరో యువకుడితో వివాహం జరగబోతోందని తెలిసింది. కొంతకాలం తర్వాత ఆమె మగబిడ్డకు జన్మనిచ్చింది. బిడ్డ అసలు తండ్రి ఎవరో ఎవరికీ తెలియదు. లీలావతి తన కొత్త భర్తతో కలిసి బిడ్డను ప్రేమగా, శ్రద్ధగా పెంచింది. దురదృష్టవశాత్తు, ఆ అబ్బాయికి ఎనిమిదేళ్ల వయసులో, లీలావతి అకస్మాత్తుగా అనారోగ్యంతో మరణించింది.

ఆమె మరణం తరువాత, ఆమె భర్త ఒంటరిగా ఆ యువకుడిని చాలా ప్రేమ మరియు శ్రద్ధతో పెంచాడు. అతను అందమైన యువకుడిగా ఎదిగాడు మరియు తన తండ్రి వ్యాపారాన్ని చూసుకునే బాధ్యతను తీసుకున్నాడు. కొన్ని సంవత్సరాల తరువాత, అతని తండ్రి కూడా మరణించాడు మరియు అతను ఒంటరిగా ఉన్నాడు. అంకితభావంతో ఉన్న కొడుకు వలె, అతను తన తండ్రి యొక్క బాధ్యతలను నిర్వహించాడు మరియు కుటుంబ వ్యాపారాన్ని కొనసాగించాడు.

ఒక సంవత్సరం తరువాత, లీలావతి కుమారుడు హరిద్వార్ వెళ్లాలని నిర్ణయించుకున్నాడు, గంగా నది ఒడ్డున, తన తండ్రి మరియు తల్లి మరణించిన ఆత్మలకు ప్రార్థనలు చేయడానికి, అతను గంగా నదిలో నైవేద్యాలు చేయబోతున్నప్పుడు, నీటిలో నుండి మూడు చేతులు తన వైపు చూపడం చూసి అతను ఆశ్చర్యపోయాడు.

అతను అయోమయంలో పడ్డాడు. అతను ఆ అమ్మాయి చేతిని తాకి, "ఎవరు నువ్వు?".

"కొడుకుకి నేనే నీ తల్లిని" అని బదులిచ్చింది చెయ్యి. యువకుడు, గౌరవంగా తల వంచి నైవేద్యాలు సమర్పించాడు. ఆ తర్వాత సెకండ్ హ్యాండ్ని అడిగాడు, "ఈ చేయి ఎవరిది?"

"నేను మీ తండ్రిని" అని ఒక స్వరం వచ్చింది.

"అప్పుడు ఆ మూడో చేయి ఎవరిది?" ఆ యువకుడు ఇంకా చాలా అయోమయంగా అడిగాడు "నేనే మీ నాన్నని," మూడో చెయ్యి అదే సమాధానం చెప్పింది.

యువకుడు అయోమయంగా చూస్తూ, "నాకు ఇద్దరు తండ్రులు ఎలా ఉన్నారు?" దొంగ చేయి అయిన సెకండ్ చేయి ఆ యువకుడికి మొత్తం వివరించింది. సెకండ్ చేయి తన కథ చెప్పడం ముగించగానే, మూడో చేయి అబ్బాయిని ఇలా అడిగాడు, "నన్ను గుర్తించలేదా? నేను నిన్ను మాత్రమే చూసుకుని, నీ తల్లి చనిపోయిన తర్వాత నిన్ను పెంచాను."

ఇప్పుడు ఆ యువకుడికి తన తండ్రికి గౌరవంగా ఎవరికి నైవేద్యాలు ఇవ్వాలో తెలియలేదు.

బేతాల్ తన కథను ముగించి, రాజు విక్రమాదిత్యుని అడిగాడు, “విక్రమ్, మీరు చాలా తెలివైనవారు. ఆ యువకుడికి అసలు తండ్రి ఎవరు?

అతను ఎవరికి ప్రత్యేక నైవేద్యాలు సమర్పించాలి?” గంభీరమైన ఆలోచన తరువాత, రాజు ఇలా సమాధానమిచ్చాడు.

“బేతాల్, బిడ్డను పెంచే వ్యక్తికి తండ్రి అయ్యే హక్కు ఉంది. యువకుడి పుట్టుకకు దొంగ బాధ్యత వహిస్తాడు, అయితే లీలావతి రెండవ భర్త పిల్లవాడిని తనదిగా భావించి పెంచాడు. ప్రేమ మరియు శ్రద్ధతో. కాబట్టి, మూడవ చేతికి ప్రత్యేక నైవేద్యాలకు అర్హత ఉంది.

రాజు తన సమాధానం పూర్తి చేయడంతో, బేతాల్ నేరుగా పీపల్ చెట్టు వద్దకు వెళ్లాడు.

విజయం యొక్క నిజమైన మంత్రం

రాజు విక్రమ్ ఎప్పటిలాడే పీపుల్ చెట్టుకు వేలాడుతున్న శవాన్ని కిందకు దించాడు. విక్రమ్ మౌనంగా నడుస్తూ ఉండగా, బేతాల్ మరో కథ చెప్పడం ప్రారంభించాడు.

ఒక నగరంలో జయానంద్ అనే ధనిక వ్యాపారి ఉండేవాడు. అతని దూరపు బంధువుల్లో ఒకరైన రమేష్ కూడా అతని ఇంట్లోనే ఉండేవాడు. రమేష్ యవ్వనంగా మరియు అందంగా ఉన్నాడు కానీ చాలా సోమరి. అతనికి కలలు కనే అలవాటు ఉండేది. అతను ధనవంతుడు కావాలని కనేవాడు, కానీ తన కలను నెరవేర్చుకోవడానికి ఎప్పుడూ కష్టపడాలని అనుకోలేదు.

ఒక మధ్యాహ్నం, అతను ధనవంతుడు అయ్యాడని మరియు జయానంద్ తన ఇంట్లో నివసిస్తున్నట్లు కల వచ్చింది సేవకునిగా. అతను "ఏయ్! జయానంద్, వెళ్లి నాకు గ్లాసు నీళ్లు తీసుకురండి" అని అరిచాడు. అలా సంభోదించడం విన్న జయానందికి కోపం వచ్చి, "ఎంత ధైర్యం నన్ను సేవకుడిలా సంభోదిస్తావా? ఒక్కసారిగా నా ఇంటి నుండి వెళ్లిపో అన్నాడు.

రమేష్ అతనికి క్షమాపణలు చెప్పాడు, కానీ జయానంద్ అతనిని తన ఇంటి నుండి గెంటేసాడు.

రమేష్ చాలా బాధపడ్డాడు. తిరిగి తన గ్రామానికి వెళ్లాలని నిర్ణయించుకున్నాడు. అతను తన గ్రామానికి చేరుకోవాలంటే, అడవి గుండా వెళ్లాలి. చాలా దూరం నడిచిన తర్వాత విశ్రాంతి తీసుకోవడానికి ఒక చెట్టు కింద కూర్చున్నాడు. కొద్దిసేపటికి, ఒక సన్యాసి అతని దారిలో వెళ్లాడు. రమేష్ కాళ్ల మీద పడి, ముకుళిత హస్తాలతో ధనవంతుడు అయ్యేలా దీవించమని అడిగాడు. సన్యాసి అతనిని చూసి నవ్వి, “కొడుకా, నువ్వు కష్టపడి సంపదను సంపాదించగలవు” అన్నాడు.

అయితే, రమేష్ తన సమాధానంతో ఒప్పుకోలేదు మరియు “అందరూ నాకు ఈ విషయం చెబుతారు, కానీ దాని కోసం కష్టపడాల్సి వస్తే సంపద వల్ల ప్రయోజనం ఏమిటి?”.

కొంచెం ఆలోచించిన తర్వాత సన్యాసి రమేష్కి ఒక మంత్రం ఇచ్చి, "ప్రతిసారీ, నీ కల నెరవేరాలని కోరుకుంటూ, కల వచ్చిన తర్వాత ఈ మంత్రాన్ని ఆరుసార్లు పఠించండి" అన్నాడు.

ఈ మంత్రం అందుకున్నందుకు రమేష్ చాలా సంతోషించాడు. అతను తిరిగి నగరానికి వచ్చి ఒక సత్రంలో ఉన్నాడు. ఒకటి జయానంద్ తనను క్షమించి తన కూతురుని పెళ్లి చేసుకోమని కోరుతున్నట్లు కలలు కన్నాడు. రమేష్ వెంటనే ఆ మంత్రాన్ని ఆరు సార్లు చదివాడు.

నిమిషాల వ్యవధిలో, అతను బయట వాయించే సంగీత విద్వాంసులు బృందం విన్నాడు మరియు జయానంద్ చేతులు జోడించి నిలబడి, "దయచేసి నన్ను క్షమించండి. నా కుమార్తె మాలినిని వివాహం చేసుకుని ఇంటికి తిరిగి రండి" అని అభ్యర్థించాడు.

రమేష్ చాలా సంతోషించి మాలినిని పెళ్లి చేసుకోవడానికి అంగీకరించాడు. అతను జయానంద్కి అల్లుడు అయ్యాడు మరియు కొత్త జీవితాన్ని ప్రారంభించాడు. మళ్లీ తన ఇంట్లో నివసిస్తున్నాడు. అయితే, అతను గతంలో సేవకుడిలా నివసించినందున, ఇంటి పనివారు మరియు పనిమనిషి అతన్ని గౌరవించలేదు.

సేవకుల వైఖరిని జయానంద్ చాలా కాలంగా గమనిస్తూనే ఉన్నాడు. తన శ్రేయోభిలాషిగా, అతను తన స్వంత వ్యాపారాన్ని ప్రారంభించి ఇతరుల గౌరవాన్ని పొందమని రమేష్కి సలహా ఇచ్చాడు. రమేష్ కొంత డబ్బు అప్పుగా తీసుకున్నాడు జయానంద్ నుండి మరియు తన స్వంత వ్యాపారాన్ని ప్రారంభించాడు.

కొన్ని రోజుల తర్వాత, అతను నగరంలో అత్యంత ధనిక వ్యాపారిగా మారినట్లు అతని కలలో చూశాడు. అతను తనకి చెప్పాడు కల మరియు సన్యాసి యొక్క వరం గురించి భార్య మంత్రాన్ని ఆరుసార్లు పఠించాడు.

త్వరలో అతను వ్యాపార ఆర్డర్లతో నిండిపోయాడు మరియు మూడు నెలల్లో, అతను నగరంలో అత్యంత ధనిక వ్యాపారి అయ్యాడు. ఇప్పుడు ఇంట్లో పనివాళ్లందరూ అతన్ని గౌరవంగా చూడటం మొదలుపెట్టారు.

అయినప్పటికీ, అతని పెరుగుతున్న విజయానికి చాలా మంది వ్యాపారులు అసూయపడ్డారు. రాజు దృష్టిలో అతని ఇమేజ్ తగ్గించడానికి, వారు అతనిపై పుకార్లు వ్యాప్తి చేయడం ప్రారంభించారు. వారు వెళ్లి, రమేష్ రాజు గారి పన్నులు సక్రమంగా చెల్లించడం లేదని రాజుకు చెప్పారు. రాజు వ్యాపారులను నమ్మి రమేష్కు చెల్లించాల్సిన పన్నులు చెల్లించాలని, లేకుంటే జైలుకు వెళ్లాలని హెచ్చరించాడు.

ఇంతలో రమేష్కి తాను రాజు అయ్యానని, వ్యాపారంలో ప్రత్యర్థులను శిక్షిస్తున్నట్లు మరో కల వచ్చింది. అతను కల గురించి తన భార్యకు చెప్పినప్పుడు, ఆమె తన కలను నిజం చేసుకోవడానికి మంత్రాన్ని పఠించమని కోరింది. కానీ ఆశ్చర్యంగా, రమేష్ సన్యాసి వద్దకు తిరిగి వెళ్లి తన అద్భుత శక్తిని తిరిగి ఇచ్చాడు.

అతను నగరానికి తిరిగి వచ్చాడు మరియు మంచి పౌరుడిలా పన్నులు క్రమం తప్పకుండా చెల్లించాడు. ఇప్పుడు, అతను తన నిజాయితీ మరియు కృషితో వ్యాపారం ప్రారంభించాడు.

బేతాల్ కథను ఇక్కడ ముగించాడు, "విక్రమ్, రమేష్ ఎందుకు రాజు కాలేదు?" అని రాజు విక్రమన్ను ఒక ప్రశ్న అడిగాడు, విక్రమ్ ఇలా సమాధానమిచ్చాడు, "నేను భావిస్తున్నాను, రమేష్ పెద్దవాడు మరియు తెలివైనవాడు. అతను సంపద, హోదా మరియు గౌరవం సంపాదించవచ్చని అతను గ్రహించాడు. కష్టపడి పనిచేయడం ద్వారా మాత్రమే సమాజం, ఇతరులు గౌరవాన్ని పొందేందుకు తనను తాను నిరుపిచుకోవాలి."

"మీ తీర్పులో మీరు ఖచ్చితంగా సరైనవారు," బేతాల్ అన్నారు. "అయితే మీరు నిశ్శబ్దాన్ని ఛేదించారు మరియు నేను నిన్ను విడిచిపెట్టాలి." అని చెప్పి, బేతాల్ తిరిగి పీపల్ చెట్టు వద్దకు వెళ్లింది. రాజు విక్రమ్ తన కత్తిని తీసి బేతాల్ను మరోసారి వెంబడించడం ప్రారంభించాడు.

రాజు త్యాగం

మరోసారి, చాలా ధైర్యగంగా ఉన్న రాజు విక్రమ్ చేతిలో కత్తితో పీపుల్ చెట్టు వద్దకు వెళ్లాడు. అతను చెట్టుపై వేలాడుతున్న శవాన్ని తన భుజాలపై వేసుకుని నిశ్శబ్దంగా నడవడం ప్రారంభించాడు, నిశ్శబ్దాన్ని ఛేదించడానికి బేతాల్ అన్నాడు. "విక్రమ్, ఇప్పుడు నేను మీకు ఒక కథ చెబుతాను మరియు చివరలో నా ప్రశ్నకు సమాధానం ఇవ్వాలి. మీరు సమాధానం ఇవ్వకపోతే, నేను మీ తలని వెయ్యి ముక్కలుగా చేస్తాను." అలా చెబుతూ, బేతాల్ తన కథను చెప్పడం ప్రారంభించాడు:

చాలా కాలం క్రితం జీమూత్వాహన్ అనే రాజు ఉండేవాడు. అతను చాలా గొప్పవాడు మరియు మతపరమైన ఆలోచనాపరుడు. అతను తన ప్రజల పట్ల చాలా శ్రద్ధ వహించాడు మరియు ప్రతిగా అతను కూడా వారిచే మరియు అతని రాజ్యంలోని ప్రజలచే ప్రేమించబడ్డాడు. ఇది మాత్రమే కాదు, అతను తన దయ మరియు ఉదార స్వభావానికి పొరుగు రాజ్యాల ప్రజలచే కూడా ప్రసిద్ధి చెందాడు.

రాజుకు అగ్నివాహనుడు అనే కుమారుడు ఉన్నాడు. అతను చాలా స్వార్థపరుడు మరియు వివిధ రకాలా దుర్మార్గాలలో తరచుగా మునిగిపోయే అహంకారి కాబట్టి రాజ్యంలో ఉన్న ప్రజలందరూ అతన్ని ఇష్టపడలేదు.

ఒకరోజు అగ్నివాహనుడు రాజు కావాలనే ఒక రహస్య కోరికను తండ్రికి చెప్పాడు. అతను తన తండ్రిని సింహాసనం నుండి దిగిపోవాలని కోరాడు. ఇది రాజుకు చాలా సంతోషం మరియు ఆందోళన కలిగించింది, కానీ అతను నిస్సహాయంగా ఉన్నాడు. తన కోరికను తీర్చకపోతే రక్తపాత పరిణామాలు ఉంటాయని యువరాజు తన తండ్రిని బెదిరించాడు.

జీముత్వాహన్ శాంతిని ప్రేమించే వ్యక్తి. తన కొడుకుతో ఎలాంటి గొడవలు జరగకుండా ఉండేందుకు, రాజు తన అన్యాయమైన డిమాండ్కు లొంగిపోయాడు. అతను తన సింహాసనాన్ని విడిచిపెట్టి, ప్రపంచాన్ని త్యజించి, తన జీవితాంతం అడవిలో ధ్యానం చేయడానికి వెళ్లాడు.

అగ్నివాహన్, వెంటనే రాజ్య పగ్గాలను చేపట్టి, తన ప్రజలను హింసించడం ప్రారంభించాడు. ప్రజలు అతని అన్యాయమైన మరియు నిరంకుశ పాలనలో అణచివేయబడినట్లు భావించడం ప్రారంభించారు.

ఒకరోజు, జీముత్వాహన్ రాజు అరణ్యంలో తపస్సు చేస్తున్నప్పుడు, అతనికి ఒక స్త్రీ ఏడుపు వినిపించింది. కళ్లు తెరిచి చూసేసరికి చెట్టుకింద కూర్చుని ఏడుస్తున్న వృద్ధురాలు కనిపించింది. రాజు ఆమె దగ్గరకు వెళ్లి, "అమ్మా, ఎందుకు ఏడుస్తున్నావు?" అని అడిగాడు. వృద్ధురాలు, "ఓ సన్యాసి! నాకు ఒక కొడుకు ఉన్నాడు. ఈ అడవిలో నివసించే ఒక రాక్షసుడు నా ఒక్కగానొక్క కొడుకును చంపి తినేస్తానని బెదిరించాడు."

వృద్ధురాలి మాట విని రాజు దుఃఖించాడు. అతను ఆమెను ఓదార్చాడు, "అమ్మా, నిరుత్సాహపడకు, మీ కొడుకును రక్షించడానికి నన్ను నేను త్యాగం చేయడానికి సంతోషిస్తున్నాను. నేను మీ కొడుకుగా నటించి, అతని ఆకలిని తీర్చడానికి దెయ్యానికి నన్ను అర్పించుకుంటాను."

తన కుమారుడిని కాపాడేందుకు తన ప్రాణాలను బలి ఇవ్వాలని రాజు చేసిన ప్రతిపాదనకు వృద్ధురాలు అంగీకరించలేదు. అయినప్పటికీ, రాజుగా మొండిగా ఉంది, తన మాటల నుండి వెనక్కి వెళ్లడానికి నిరాకరించాడు. చివరకు వృద్ధురాలికి లొంగిపోవడం తప్ప మరో మార్గం లేదు. వాగ్దానం చేసినట్లు, రాజు తనను తాను రాక్షసుడికి సమర్పించు కున్నాడు. అదే రాత్రి రాజును రాక్షసుడు చంపాడు మరియు వృద్ధురాలి కొడుకు రక్షించబడ్డాడు.

బేతాల్ తన కథను ఇక్కడ ముగించి, రాజు విక్రమ్ని అడిగాడు, "చెప్పండి, ఈ కథలో రాజు త్యాగం యొక్క ప్రాముఖ్యత ఏమిటి?" రాజు విక్రమాదిత్యుడు కాసేపు మౌనం వహించి, "బేతాల్, రాజు త్యాగానికి విలువ లేదు" అన్నాడు.

రాజు విక్రమ్ ఇలా సమాధానమిచ్చాడు, "నిజమైన త్యాగం నిస్వార్థం. కానీ మోక్షం మరియు కీర్తిని పొందాలనే కోరికతో రాజు జీముత్వాహన్ యొక్క త్యాగం ప్రేరణ పొందింది. అంతేకాకుండా, తన రాజ్యాన్ని తన కొడుకు యొక్క క్రూరమైన చేతుల్లోకి ఇవ్వడం ద్వారా, అతను తన అమాయక ప్రజలను కష్టాలు మరియు బాధలు అనుభవించేలా చేసాడు. ఈ ఆలోచనరహిత చర్యకు రాజును క్షమించగలరా?"

రాజు సరైన తీర్పులో బేతాల్ చాలా ముగ్ధుడయ్యాడు. కానీ రాజు నిశ్శబ్దాన్ని ఛేధించడంతో, అతను పీపుల్ చెట్టు వద్దకు వెళ్లిపోయాడు.

నిజమైన భర్త

రాజు విక్రమ్ ఎప్పటిలాగే శవాన్ని తన భుజాలపై వేసుకుని మౌనంగా స్మశాన వాటిక వైపు నడిచాడు. బేతాల్, "విక్రమ్, స్మశానవాటిక ఇక్కడ నుండి ఇంకా చాలా దూరంలో ఉంది. నీ సమయం మరియు అలసటను చంపడానికి నా మరొక కథను వినండి" అని చెప్పి విక్రమ్ దృష్టిని ఆకర్షించాడు. మరియు బేతాల్ తన కథను వివరించడం ప్రారంభించాడు.

ఒకప్పుడు దేవాశిష్ అనే చాకలివాడు ఉండేవాడు. ఒకరోజు నది ఒడ్డున బట్టలు ఉతుకుతుండగా, ఒక కుండలో నీళ్లు నింపుతున్న ఒక అందమైన యువతి కనిపించింది. ఆమె చాలా అందంగా ఉంది, ఆమె మొదటి చూపులోనే అతను ఆమెతో ప్రేమలో పడ్డాడు.

ఆమె దగ్గరకు వెళ్లి పేరు, ఆచూకీ అడిగాడు. “నా పేరు మధుసుందరి, నేను పక్క ఊరి బ్రాహ్మణుడి కూతురుని” అని సమాధానం చెప్పింది. దేవాశిష్ ఇంటికి తిరిగి వచ్చాడు. మధుసుందరిని పెళ్లి చేసుకోవాలనే లోతైన ఆలోచనలో మునిగిపోయాడు.

పెళ్లి ప్రతిపాదనతో ఆమె ఇంటికి వెళ్లమని తల్లిదండ్రులను కోరాడు. మధుసుందరి తల్లిదండ్రులు ఆనందంగా ఆమె కుమార్తెను దేవాశిష్కు ఇచ్చి వివాహం చేసేందుకు అంగీకరించారు.

త్వరలో వారు వివాహం చేసుకున్నారు మరియు ఇద్దరూ కలిసి సంతోషంగా జీవించారు. కొన్ని నెలల తర్వాత, మధుసుందరి సోదరుడు తన సోదరి మరియు బావను దసరా కోసం వారితో కొన్ని రోజులు గడపడానికి ఆహ్వానించడానికి ఆమె ఇంటికి వచ్చాడు. దేవాశిష్ ఆహ్వానాన్ని అంగీకరించాడు. మరియు మరుసటి రోజు ఉదయం, వారిలో ముగ్గురు మధుసుందరి తల్లిదండ్రుల ఇంటికి బయలుదేరారు.

మార్గమధ్యలో దుర్గామాత గుడి గుండా వెళ్లారు. ఆమె సోదరుడు దేవతకు తన ప్రార్థనలు చేయాలనుకున్నాడు. గుడి లోపలికి వెళ్లాడు. దేవిని ప్రసన్నం చేసుకోవడానికి, అతను గొప్ప త్యాగం చేయాలనుకున్నాడు. అకస్మాత్తుగా, దుర్గాదేవికి నైవేద్యంగా తన తలను తానే నరికేశాడు. ఎంతసేపటికి తమ్ముడు తిరిగి రాకపోవడంతో మధు సుందరి కంగారు పడింది. ఆమె తన సోదరుడిని వెతకడానికి తన భర్తను పంపింది. దేవాశిష్ తన బావను వెతుక్కుంటూ వెళ్లాడు. అతను ఆలయంలోకి ప్రవేశించినప్పుడు, అతను రక్తపు మడుగులో తల నరికి పడి ఉన్న తన బావ మృతదేహాన్ని చూశాడు. క్షణికావేశంలో తన తలను కూడా అమ్మవారికి సమర్పించాలని నిర్ణయించుకున్నాడు. అతను కూడా, దుర్గాదేవికి నైవేద్యంగా తన తలని నరికివేసాడు.

మధుసుందరి చాలా సేపటి తర్వాత తన అన్న, భర్త కోసం వెతుక్కుంటూ గుడికి వచ్చింది. వారిద్దరూ తలలు నరికేసి చనిపోయి ఉండటాన్ని చూసి ఆమె షాక్కు గురైంది. ఆమె తన ప్రాణాలను తీసుకోవాలని నిర్ణయించుకుంది, అయితే ఈ విపరీతమైన చర్య తీసుకునే ముందు, ఆమె తన తదుపరి జీవితంలో కూడా తన సోదరుడిని మరియు భర్తను ఇవ్వమని దేవతను ప్రార్థించింది. దుర్గాదేవి ఆమె ఆప్యాయత మరియు భక్తి భావానికి ముగ్ధురాల నయ్యాను. నీ అన్నకు, భర్తకు ప్రాణదానం చేస్తున్నాను. వెళ్లి నీ అన్న, భర్తల తలలను వారి దేహానికి చేర్చండి" అని ఆశీర్వదించింది.

దుర్గాదేవికి కృతజ్ఞతలు తెలుపుతూ, మధుసుందరి వెంటనే లేచి, అతని సోదరుడు మరియు భర్త యొక్క నరికిన తలలను వారి శరీరాలకు చేర్చింది. అమ్మవారి ఆశీర్వాదంతో, వారిద్దరూ సజీవంగా ఉండటం మరియు తనను చూసి నవ్వడం చూసి ఆమె సంతోషించింది, కానీ తొందరలోనే ఆమె తన సోదరుడి తలని తన భర్త శరీరానికి మరియు తన భర్త తలను తన సోదరుడి శరీరంలోకి చేర్చిందని ఆమె గ్రహించింది. ఆమె వారి తలలను మార్చుకోమని దేవతను అభ్యర్థించింది, కానీ చాలా ఆలస్యం అయింది మరియు దేవత ఇలా సమాధానమిచ్చింది, "ఇప్పుడు, వారి తలలను మార్చుకోవడం సాధ్యం కాదు."

బేతాల్ కథ చెప్పడం ఆపి, రాజు విక్రమ్ని అడిగాడు, "విక్రమ్, చెప్పు, మధుసుందరి తన భర్తలా ఎవరిని చూడాలి?" విక్రమ్ కాసేపు ఆలోచించి, "తన భర్త తలని మోసే శరీరమే ఆమె నిజమైన భర్త. అని నేను భావిస్తున్నాను, మానవ శరీరంలో తల అత్యంత ముఖ్యమైనది మరియు మిగిలిన శరీరాన్ని తల ద్వారా గుర్తిస్తారు."

విక్రమ్ ప్రశ్నకు సమాధానం చెప్పడం ముగించిన వెంటనే, బేతాల్ మాయమై, తిరిగి పీపాల్ చెట్టు వద్దకు ఎగిరిపోయాడు.

బాధ్యత లేని యువరాజు

ఇది చీకటి రాత్రి మరియు భారీ వర్షం. ఎక్కడ చూసినా వింత స్వరాలు వినిపించాయి. కానీ విక్రమాదిత్య రాజు కొంచెం కూడా భయపడలేదు. ఎప్పటిలాగే, అతను శవాన్ని కిందికి లాగి, శవాన్ని తన భుజాలపై వేసుకుని నిశ్శబ్దంగా నడవడం ప్రారంభించాడు. బేతాల్, రాజు యొక్క పట్టుదలకు ముగ్ధుడై, "నీకు గొప్ప బాధ్యతా భావం ఉంది. కానీ అందరూ బాధ్యతగల వ్యక్తి కాదు. బాధ్యత లేని యువరాజు కథ నేను మీకు చెప్తాను" అన్నాడు.

మరియు బేతాల్ కథను వివరించడం ప్రారంభించాడు. ఒకసారి జయపురి రాజ్యాన్ని జయదేవ్ అనే తెలివైన మరియు గొప్ప రాజు పరిపాలించాడు. ప్రజలందరూ సంతోషంగా మరియు అతని పాలనలో సంతృప్తికరమైన మరియు సంపన్నమైన జీవితాన్ని గడిపారు. అయినా రాజు పెద్దగా సంతోషించలేదు. అతను పెద్దయ్యాక, అతను చాలా ఆందోళన చెందాడు. మరియు తరచుగా అనారోగ్యంతో ఉన్నాడు. అతని అసంతృప్తికి కారణం అతని ఏకైక కుమారుడి బాధ్యతారహిత స్వభావం. అతని కొడుకు ఎక్కువ సమయం వేటలో గడిపేవాడు మరియు తన తండ్రి సంపదను జూదం మరియు మద్యపానంలో వృధా చేసేవాడు.

ఒకసారి సన్యాసి, జ్యోతింద్రియ రాజభవనాన్ని సందర్శించారు. రాజుతో క్లుప్త సమావేశం తరువాత, సన్యాసి రాజు ముఖంలో ఆందోళన రేఖలను చదవగలిగాడు. అతను రాజును అడిగాడు, "పరాక్రమవంతుడా! మీరు ఎందుకు విచారంగా కనిపిస్తున్నారు?" రాజు ఇలా జవాబిచ్చాడు, "నా దుఃఖానికి కారణం నా ఒక్కగానొక్క కొడుకు బాధ్యతారహితమైన ప్రవర్తన." రాజు మాటలు విన్న సన్యాసి అతనికి, "చింతించకు, యువరాజును సంస్కరించే బాధ్యతను నేను తీసుకుంటాను, దయచేసి అతన్ని నా దగ్గరకు పంపండి" అని అభయమిచ్చాడు.

మరుసటి రోజు ఉదయం, యువరాజు తన స్థలంలో సన్యాసిని కలవడానికి వెళ్లాడు. యువరాజు అతని పాదాలను తాకి, "మీ పవిత్రత! నా తండ్రి నన్ను మీ వద్దకు పంపారు.".

సన్యాసి అతనిని ఆశీర్వదించి, "నువ్వు తెలివైన యువకుడిగా కనిపిస్తున్నావు. నా కోసం ఒక చిన్న పని చేయించాలని నేను కోరుకుంటున్నాను. నేను ఖచ్చితంగా దాన్ని చేస్తాను" అన్నాడు.

"తప్పకుండా, మీ పవిత్రత!" అని సమాధానమిచ్చాడు యువరాజు. అతని నమ్మకమైన సమాధానంతో సన్యాసి చాలా సంతోషించాడు. అతను చెప్పాడు, "ఇదిగో హెర్బల్ జ్యూస్ కుండ ఉంది. చాలా సమయం మరియు కష్టపడి, నేను విభిన్నమైన అమూల్యమైన మూలికలను గ్రైండ్ చేసి ఈ రసాన్ని తయారుచేసాను. మీరు ఈ కుండను మరొక చివర ఉన్న ఆశ్రమానికి తీసుకెళ్లాలని కోరుకుంటున్నాను. రాజ్యం, ఈరోజు సూర్యాస్తమయానికి ముందే ఈ కార్యాన్ని పూర్తి చేయాలి."

ఆ సన్యాసి అతనిని హెచ్చరించాడు, "కుండలో నుండి ఒక చుక్క రసం చిందకుండా జాగ్రత్త వహించండి; అది మీ తండ్రికి మరియు రాజ్యానికి దురదృష్టాన్ని తెస్తుంది."

యువరాజు చాలా ఉత్సాహంగా ఉన్నాడు మరియు పని చేయడానికి అంగీకరించాడు. అతను తన మెడలో రసం కుండని వేలాడదీశాడు. తన గుర్రంపై జీను వేసుకుని ఆశ్రమానికి బయలుదేరాడు. అక్కడికి చేరుకోవాలంటే దట్టమైన అడవి గుండా వెళ్లాలి.

అతను తన గుర్రం మీద వెళుతుండగా, దారిలో అతనికి అందమైన జింకల గుంపు కనిపించింది. అతను వాటిని వేటాడాలని భావించాడు. అయితే, రసం చిమ్ముతుందనే భయం, తనను తాను నియంత్రించుకోవలసి వచ్చింది. మరియు అతని ఆలోచనను మార్చుకుంది. అందుకే జింకను వేటాడేందుకు అక్కడితో ఆగకుండా ముందుకు సాగాడు.

చాలా దూరం ప్రయాణించిన తరువాత, అతనికి మంచి నీటి సరస్సు వచ్చింది. అతను బాగా అలసిపోయాడు మరియు ఆకలితో ఉన్నాడు. కాసేపు రిలాక్స్ అయి నిద్రపోవాలనుకున్నాడు. కానీ అతనికి సన్యాసి పెట్టిన గడువు గుర్తుకు వచ్చింది. సూర్యాస్తమయానికి ముందే ఆశ్రమానికి చేరుకోవాలి. అందుకే తన ఆకలిని అదుపులో పెట్టుకుని, ఆ పనిని విజయవంతంగా పూర్తి చేయాలనే సంకల్పంతో ఎక్కడా ఆగకుండా ముందుకు సాగాడు.

చివరగా, సూర్యుడు అస్తమించబోతున్నాడు, అతను కుండతో ఆశ్రమానికి చేరుకున్నాడు, చుక్క రసం చిందించకుండా, పనిని విజయవంతంగా పూర్తి చేసి, సంస్కరించబడిన వ్యక్తిగా తిరిగి రాజభవనానికి వచ్చాడు. అకస్మాత్తుగా, అతను తన విధుల గురించి స్పృహలోకి వచ్చాడు మరియు బాధ్యతాయుతమైన వ్యక్తి.

తన కొడుకులో వచ్చిన ఆకస్మిక మార్పు చూసి రాజు ఆశ్చర్యపోయాడు. మరియు చాలా ఉపశమనం పొందాడు. అతను సన్యాసికి కృతజ్ఞతలు తెలిపాడు, ఇప్పుడు తన రాజ్యం గురించి చింతించనవసరం లేదని చాలా సంతోషించాడు. ఇప్పుడు తన రాజ్యాధికారాన్ని తన కొడుకు సురక్షితమైన చేతుల్లోకి వదిలేస్తాననే నమ్మకంతో ఉన్నాడు.

బేతాల్ కథ ముగించాడు, రాజు విక్రమ్, 'చెప్పండి, యువరాజును ఏది సంస్కరించింది?"

రాజు ఇలా జవాబిచ్చాడు, "ప్రారంభంలో సన్యాసి యువరాజును మెచ్చుకున్నాడు మరియు ప్రశంసించాడు. అతను అతనిపై విశ్వాసం చూపించాడు మరియు కుండను చూసుకునే పనిని అతనికి అప్పగించాడు. ఇది అతనికి ఇచ్చి పనిని బాధ్యతాయుతంగా నిర్వహించడానికి యువరాజును ప్రేరేపించింది. అతను తన విధులను గ్రహించాడు మరియు తద్వారా సంస్కరించబడిన వ్యక్తి. '

"మీ తీర్పు నిజంగా ప్రశంసించదగినది." బేతాల్ అతనిని చూసి వ్యంగ్యంగా నవ్వాడు. అలా చెప్పి, అతను చెట్టు వద్దకు వెళ్లాడు మరియు రాజు విక్రమ్ మరోసారి బేతాళ్ని వెంబడించడం ప్రారంభించాడు.

విక్రమాదిత్య అయోమయంలో ఉన్నాడు

మరోసారి చాలా ధైర్యంగా ఉన్న రాజు తన చేతిలో కత్తి పట్టుకుని చెట్టు వద్దకు వెళ్లాడు. ఎప్పటిలాగే చెట్టుకు వేలాడుతున్న శవాన్ని కిందకు లాగి శవాన్ని భుజాలపై వేసుకుని క్రిమేషన్ గ్రౌండ్కి వెళ్లడం ప్రారంభించాడు. అయితే, ఈసారి బేతాల్ కొంచెం నిశ్శబ్దంగా కనిపించింది. రాజు విక్రమ్ని ఉద్దేశించి, "నేను రాబోయే వింతలను ముందుగానే చూస్తున్నాను. రాజు విక్రమ్, మీరు మీ గతాన్ని గర్వంగా చూసుకుని బాగుండవచ్చు. అయితే వందేళ్ల తర్వాత మీరు అలా చేయలేరు అని నేను మీకు చెప్తాను."

బేతాల్ తన వర్ణనను, భయంకరమైన స్వరంలో భవిష్యత్తు గురించి తన దృష్టిని కొనసాగించాడు, "రాబోయే కాలంలో, అరాచకం మరియు చట్టవిరుద్ధం ఉంటుంది, న్యాయస్థానాలు ఇకపై న్యాయస్థానంగా ఉండవు మరియు దీర్ఘకాలంగా భయంకరమైన యుద్ధాలు జరుగుతాయి. మరియు మీ దేశం వేరే దేశానికి చెందిన 'తెల్లవారు' పాలించారు."

అతను ఇంకా ఇలా అన్నాడు, "ఈ పాలకులు వేరే జీవన విధానాన్ని కలిగి ఉంటారు. వారు తివాచీలకు బదులుగా చెక్క చట్రాలపై కూర్చుంటారు. వారి మహిళలు 'పాల్కీ'లలో ప్రయాణించే బదులు గుర్రాలపై స్వారీ చేస్తారు; పురుషులు వారి గడ్డం కాకుండా తలలు గీస్తారు."

అదే సమయంలో బేతాళుకు ఆశ్చర్యం కలిగిస్తూ విక్రమ్ రాజు కూడా మౌనంగా ఉండిపోయాడు. బేతాల్ తన కథనాన్ని కొనసాగించాడు. "వింధ్యాచల్ పర్వతాలలో, ధైర్యవంతుడు మరియు గొప్ప రాజు మహాబల్ పాలించే ధరంపూర్ అనగ ఉంటుంది."

"మహాబల్ రాజుపై తెల్లజాతీయులు దాడి చేస్తారు. మహాబల్ సైనికులకు ఈ తెల్ల అపరిచితులు రాజుతో పోరాడటానికి లంచం ఇస్తారు. ఈ యుద్ధం తుపాకీలతో జరుగుతుంది మరియు కత్తులు మరియు కవచాలతో కాదు. 'తెల్ల ప్రజలు' రాజు మహాబల్ మరియు రాజు తన రాణి మరియు కుమార్తెతో అడవిలో తప్పించుకుంటాడు." "రాజు, రాణి మరియు అతని కుమార్తె భిల్స్ అనే భయంకరమైన తెగ నివసించే ఒక గ్రామానికి చేరుకుంటారు. గిరిజనులు వారిపై దాడి చేస్తారు మరియు అతని భార్య మరియు కుమార్తెను రక్షించే ప్రయత్నంలో రాజు మహాబల్ చంపబడతారు. ఆ తర్వాత, రాణి మరియు అతని కుమార్తె తప్పించుకుని అడవిలో లోతుగా దాక్కుంటుంది."

విక్రమ్ రాజు నిశ్శబ్దంగా నడిచాడు మరియు బేతాల్ తన కథను కొనసాగించాడు, "ఇద్దరు శ్వేతజాతీయులు, తండ్రి మరియు కొడుకు, అడవి గుండా వెళుతున్నప్పుడు వారి పాదముద్రలను గమనించి, వారి ప్రాణాలను కాపాడుకోవడానికి వారిని అనుసరిస్తారు. వారు ఇద్దరు స్త్రీలను కనుగొన్న తర్వాత, వారు పరస్పరం నిర్ణయించుకుంటారు. వారిని భార్యలుగా చేసుకోండి, తండ్రి పెద్ద కాళ్లు ఉన్న స్త్రీని మరియు కొడుకు చిన్న పాదాలు ఉన్న స్త్రీని వివాహం చేసుకుంటాడు."

తండ్రి కొడుకులు ఇద్దరు స్త్రీలను చాలా దయనీయమైన స్థితిలో గుర్తించగలరు. అలసిపోయి, ఆకలితో, వారి పాదాలకు బొబ్బలు మరియు బట్టలు చిరిగిపోయాయి. ఇద్దరు వ్యక్తులను కలుసుకుని, వారి ఇష్టానుసారం పెళ్లి చేసుకోవడానికి అంగీకరించడం ద్వారా వారు ఉపశమనం పొందుతారు. "యాదృచ్ఛికంగా చిన్న పాదాలు కలిగిన రాణి కొడుకును మరియు పెద్ద పాదాలు ఉన్న మహాబలుని కుమార్తె తండ్రిని వివాహం చేసుకుంటుంది. కాలం గడిచేకొద్దీ స్త్రీలిద్దరికీ పిల్లలు పుడతారు."

మీరు అంతటా మౌనంగా ఉన్నారు; కానీ ఈ పిల్లలకు ఒకరితో ఒకరు కున్న సంబంధం ఏమిటో ఇప్పుడు మీరు నాకు చెప్పాలి." ఈ ప్రశ్న విన్న విక్రమ్ రాజు అవాక్కయ్యాడు. అతనికి సమాధానం లేక మౌనంగా ఉ ండిపోయాడు. బేతాల్ నిట్టుర్చుతూ, "ఓ తెలివైన రాజా! చాలా వైఫల్యాల తరువాత, మీరు చివరకు నిశ్శబ్దంగా ఉండటంలో విజయం సాధించారు. మీరు నన్ను స్మశానవాటికలోని ఋషి వద్దకు తీసుకెళ్లవచ్చు."

అతను ఇలా అన్నాడు, "విక్రమ్ రాజు, మీరు స్మశాన వాటికకు చేరుకోగానే, ఋషి దుర్గాదేవికి నమస్కరించమని మిమ్మల్ని అడుగుతాడు. అలా చేయవద్దు, ఎందుకంటే అతను వెంటనే నన్ను చంపేస్తాడు. అతను కోరుకున్నాడు. అతను ధ్యానంలో ఉన్నప్పుడు అతనికి భంగం కలిగించిన రాజు కాబట్టి నిన్ను త్యాగం చేయండి.".

రాజు విక్రమ్ బేతాకాన్ని శ్రద్ధగా వింటూ, మౌనంగా స్మశాన వాటికకు నడిచాడు. రాజు అక్కడికి చేరుకోగానే అసహనంగా తన కోసం ఎదురు చూస్తున్న మహర్షిని చూశాడు. పెద్ద దుర్గా దేవి విగ్రహం ముందు మంటలు చెలరేగడం రాజుకు కనిపించింది.

రాజు నిశ్శబ్దంగా, శవాన్ని భుజాలపై నుండి తీసి ఋషి సంతోషించాడు; అతను కొన్ని మంత్రాలు చదివి దుర్గాదేవిని ప్రార్థించాడు. వెంటనే, శవం, ఆయిల్ మాన్ కొడుకు, తిరిగి ప్రాణం పోసుకుంది. ఆపై, దుర్గాదేవి ముందు నమస్కరించమని ఋషి రాజు విక్రముడిని కోరాడు. ఒక్కసారిగా రాజుకి బేతాల్ హెచ్చరిక గుర్తుకు వచ్చింది. అతను కాసేపు ఆగి మహర్షితో ఇలా అన్నాడు, “మీ పుణ్యాత్ముడా! నేను కేవలం రాజును మరియు ఈ ఆచారాల గురించి పెద్దగా తెలియదు. దయచేసి దీన్ని ఎలా చేయాలో నాకు చూపండి, ఆపై నేను చేస్తాను.”

మహర్షి ఎటువంటి ఆపదను ఊహించకుండా, తన ప్రార్థనల కోసం అమ్మవారి ముందు తల వంచుకున్నాడు. విక్రమ్ రాజు సమయం కోల్పోయాడు. మరియు తన కత్తితో ఋషి తలను నరికివేశాడు.

ఈ క్షణం కోసం ఎదురు చూస్తున్న బేతాల్, వెంటనే ఋషి శరీరంలోకి ప్రవేశించి, “విక్రమ్, మీరు ఋషిని చంపడం ద్వారా సరైన పని చేసారు, మిమ్మల్ని చంపడానికి ప్రయత్నించే వ్యక్తిని చంపడం సమర్థించ బడుతోంది” అని చెప్పి అదృశ్యమయ్యాడు.

స్వర్గం నుండి ఈ చర్యను ఇంద్రుడు రాజు విక్రముని విజయంతో సంతోషించాడు. అతను అతన్ని ఆశీర్వదించాడు మరియు ఒక వరం అడగమని చెప్పాడు. రాజు ఇంద్రుడికి కృతజ్ఞతలు తెలుపుతూ, "రాబోవు అన్ని కాలంలో నా సాహసాలు ప్రపంచమంతటా ప్రసిద్ధి చెందనివ్వండి" అని అభ్యర్థించాడు. ఇంద్రుడు సంతోషంతో, "సూర్య చంద్రులు ఆకాశంలో ఉన్నంత వరకు, యువకులు మరియు పెద్దలు అనే తేడా లేకుండా మీ సాహసకృత్యాలు గుర్తుంచుకోవాలి" అని చెప్పి రాజుకు ఈ వరం ఇచ్చాడు.

రాజు విక్రమాదిత్యుడు ఇంద్రుడికి కృతజ్ఞతలు తెలిపి, తైల వ్యాపారి కొడుకుతో కలిసి ఉజ్జయినిలోని తన రాజ్యానికి తిరిగి వెళ్లాడు. ఆ తర్వాత చాలా సంవత్సరాలు రాజ్యాన్ని న్యాయంగా పరిపాలించాడు.

Printed in the USA
CPSIA information can be obtained
at www.ICGtesting.com
LVHW080419130724
785360LV00009B/131

9 789357 182935